ಚಿಗುರು

ಶಿಕ್ಷಣ - ಶಿಕ್ಷಣ ನೀತಿಯ ಕೈಪಿಡಿ

ಹೇಮಂತಕುಮಾರ್ ಕಪ್ಪಾಳಿ

Copyright © Hemanthakumar Kappali
All Rights Reserved.

This book has been self-published with all reasonable efforts taken to make the material error-free by the author. No part of this book shall be used, reproduced in any manner whatsoever without written permission from the author, except in the case of brief quotations embodied in critical articles and reviews.

The Author of this book is solely responsible and liable for its content including but not limited to the views, representations, descriptions, statements, information, opinions and references ["Content"]. The Content of this book shall not constitute or be construed or deemed to reflect the opinion or expression of the Publisher or Editor. Neither the Publisher nor Editor endorse or approve the Content of this book or guarantee the reliability, accuracy or completeness of the Content published herein and do not make any representations or warranties of any kind, express or implied, including but not limited to the implied warranties of merchantability, fitness for a particular purpose. The Publisher and Editor shall not be liable whatsoever for any errors, omissions, whether such errors or omissions result from negligence, accident, or any other cause or claims for loss or damages of any kind, including without limitation, indirect or consequential loss or damage arising out of use, inability to use, or about the reliability, accuracy or sufficiency of the information contained in this book.

Made with ❤ on the Notion Press Platform
www.notionpress.com

ಮಗಳಾದ ಅನ್ವಿತಾ ಕಪ್ಪಾಳಿಯ ನಾಲ್ಕನೇ ವರ್ಷದ ಜನ್ಮ ದಿನದ
ಸವಿನೆನಪಿಗಾಗಿ

ಪರಿವಿಡಿಗಳು

ಮುನ್ನುಡಿ	vii
ಪೀಠಿಕೆ	ix
1. ಶಿಕ್ಷಣ	1
2. ಪ್ರಾಚೀನ ಭಾರತದ ಶಿಕ್ಷಣ ಪದ್ಧತಿ	3
3. ಬ್ರಿಟಿಷರು ಮತ್ತು ಶಿಕ್ಷಣ ವ್ಯವಸ್ಥೆ	8
4. ರಾಷ್ಟ್ರೀಯ ಶಿಕ್ಷಣ ನೀತಿಯಲ್ಲಿನ ಅವಕಾಶಗಳು ಮತ್ತು ಸವಾಲುಗಳು	11
5. ಕೊನೆಯ ನುಡಿ	17
6. ಗ್ರಂಥಸೂಚಿ	18
ಕೃತಜ್ಞತೆಗಳು	19

• v •

ಮುನ್ನುಡಿ

ಶಿಕ್ಷಣ ಮತ್ತು ಶಿಕ್ಷಣ ನೀತಿಯ ಬಗೆಗಿನ ಚರ್ಚೆ ಆಗಿದಾಂಗ್ಗೆ ಮುನ್ನೆಲೆಗೆ ಬರುವುದನ್ನು ನಾವು ನೋಡುತ್ತಲೇ ಇದ್ದೇವೆ ಆದಾಗಿಯೂ ಈ ದೇಶದಲ್ಲಿ ಶಿಕ್ಷಣಕ್ಕೆಸಿಗಬೇಕಾದ ಆದ್ಯತೆ ಸಿಕ್ಕಿದೆಯೇ- ಎನ್ನುವ ಮೂಲಭೂತ ಪ್ರಶ್ನಗೆ ಮುಂದಿನ ಪೀಳೀಗೆಯನ್ನು ದೃಷ್ಠಿಯಲ್ಲಿಟ್ಟುಕೊಂಡು ಉತ್ತರ ಹುಡುಕಬೇಕಾಗಿದೆ.

ಶಿಕ್ಷಣದ ಉದ್ದೇಶ- ಜೀವನಕ್ಕೆ ಬೇಕಾದ ಮೂಲಭೂತ ಅಂಶಗಳನ್ನು ಗಳಿಸುವ ಸಾಧನವನ್ನು ಜಯಿಸುವ ಪ್ರಕ್ರಿಯೆಯೇ? ಅಥವಾ ಕೇವಲ ಬೌದ್ಧಿಕ ತರಭೇತಿಯ ಪ್ರಕ್ರಿಯೆಯಾಗಿ ನೋಡುವುದು ಎಷ್ಟು ಸರಿ? ವ್ಯಕ್ತಿಯ ವ್ಯಕ್ತಿತ್ವ, ಮಾನವೀಯತೆ ಹಾಗು ಆತ್ಮ ವಿಮರ್ಶೆಗೆ ಅವಕಾಶ ನೀಡದ ಶಿಕ್ಷಣದಿಂದ ಸಮಾಜಕ್ಕೆ ದೊರೆಯುವುದಾದರು ಎನು? ಬಹುಶಃ ಈ ಎಲ್ಲ ಪ್ರಶ್ನೆಗಳಿಗೆ ಉತ್ತರ ಹುಡುಕುವ ಪ್ರಕ್ರಿಯೆಯೇ ಕಾಲ-ಕಾಲಕ್ಕೆ ಜಾರಿಯಾಗುವ ಶಿಕ್ಷಣ ನೀತಿ ಮತ್ತು ಅದರಲ್ಲಾಗುವ ಬದಲಾವಣೆಗಳು.

ಶಿಕ್ಷಣ ಪ್ರತಿವ್ಯಕ್ತಿಗೆ ತನ್ನತನವನ್ನು ಪರಿಚಯಿಸಿ, ಅರಿವಿನ ಜೊತೆಗೆ ಸಮಾಜಮುಖಿ ಮತ್ತು ಉತ್ಕೃಷ್ಟ ಜೀವನ ನಡೆಸಲು ಆತ್ಮ ವಿಶ್ವಾಸ ಕೊಡುವ ವರವಾದಾಗ ಮಾತ್ರ ಸಮಾಜದಲ್ಲಿ ಬದಲಾವಣೆಯಾಗುವ ಸಾಧ್ಯತೆಗಳು ಹೆಚ್ಚು.

ಪ್ರಸ್ತುತ ಜಾರಿಯಾದ ಹೊಸ ಶಿಕ್ಷಣ ನೀತಿಯು, ವ್ಯಕ್ತಿಯ ಸರ್ವತೋಮುಖ ಬೆಳವಣಿಗೆ ಮೂಲಕ ಸಧೃಡ ಸಮಾಜವನ್ನು ನಿರ್ಮಾಣ ಮಾಡಲು ಬುನಾದಿಯಾಗುವುದುರ ಮೂಲಕ ಮೇಲಿನ ಮೂಲಭೂತ ಪ್ರಶ್ನೆಗಳಿಗೆ ಉತ್ತರ ಹುಡುಕುವಲ್ಲಿ ಸಫಲವಾಗಲಿ ಎನ್ನುವುದು ಪ್ರತಿಯೊಬ್ಬರ ಆಶಯ.

ಶಿಕ್ಷಣ-ಶಿಕ್ಷಣ ಪದ್ಧತಿ-ಶಿಕ್ಷಣ ವ್ಯವಸ್ಥೆ-ರಾಷ್ಟ್ರೀಯ ಶಿಕ್ಷಣ ನೀತಿ ಈ ಎಲ್ಲ ಅಂಶಗಳನ್ನು ಸರಳೀಕರಿಸಿ ಓದುಗರ ಹುದ್ಗತವಾಗುವಂತೆ ಮಾಡುವ ಪ್ರಯತ್ನದಲ್ಲಿ ಲೇಖಕರು ಸಫಲರಾಗಿದ್ದಾರೆ ಎಂಬ ಆಶಯದೊಂದಿಗೆ - ಶುಭಹಾರೈಕೆಗಳು.

ಡಾ.ಸಧ್ಯೋಜಾತ. ಕೆ.ಎಂ

ಪ್ರಾಧ್ಯಾಪಕರು-ವಿಭಾಗ ಮುಖ್ಯಸ್ಥರು.

ಪೀಠಿಕೆ

ಒಬ್ಬ ವ್ಯಕ್ತಿಯ ಅಲೋಚನೆಯಿಂದ ಹಿಡಿದು ಆಚಾರ, ವಿಚಾರ ಬೆಳವಣೆಗೆಗೆ ಮತ್ತು ಜೀವನದ ಯಶಸ್ಸಿಗೆ ಬೇಕಾಗಿರುವುದು ಶಿಕ್ಷಣ.ಶಿಕ್ಷಣ ಎಂದ ತಕ್ಷಣ ಪಠ್ಯವಸ್ತು, ಪಠ್ಯಕ್ರಮ ಮತ್ತು ಮೌಲ್ಯಮಾಪನವಷ್ಟೇ ಅಲ್ಲದೇ ವ್ಯಕ್ತಿಯ ಸರ್ವತೋಮುಖ ಬೆಳವಣಿಗೆಗೆ ನಿರಂತರವಾಗಿ ನಡೆಯುವ ಪ್ರಕ್ರಿಯೆಯಾಗಿದ್ದು ಅದನ್ನು ಎರಡು ಆಯಾಮಾದಲ್ಲಿ ನೋಡಬಹುದು,ಕೇವಲ ನಾಲ್ಕು ಗೋಡೆಯ ತರಗತಿ, ಶಾಲೆ-ಕಾಲೇಜು ಎಂಬ ಪರಿಕಲ್ಪನೆಗೆ ಮಾತ್ರ ಸೀಮಿತ ಮಾಡುವುದು ಒಂದು ಆಯಾಮ. ಕುಟುಂಬ, ಸಮಾಜ ಮತ್ತು ಸುತ್ತಮುತ್ತಲಿನ ಪರಿಸರದಲ್ಲಿನ ಅನುಭವವೆಂಬ ಪಾಠಶಾಲೆ ಎನ್ನುವುದು ಇನ್ನೊಂದು ಆಯಾಮ.

ಒಬ್ಬ ವ್ಯಕ್ತಿಯ ಯಶಸ್ಸಿನ ಕುರುಹುಗಳನ್ನು ಯಾವ ರೀತಿ ನೋಡಬೇಕು? ಈ ಪ್ರಶ್ನೆಯನ್ನು ಒಬ್ಬ ಬಾಲಕ, ಯುವಕ, ವಯಸ್ಕ ಹಾಗು ಹಿರಿಯರನ್ನು ಕೇಳಿದಾಗ ಬರುವ ಉತ್ತರಗಳು ಬೇರೆ-ಬೇರೆ ಯಶಸ್ಸನ್ನು ಖಂಡಿತ, ಹಾಗಿದ್ದಲ್ಲಿ ಜೀವನದ ಬೇರೆ ಬೇರೆ ಹಂತಗಳಲ್ಲಿ ಬೇರೆ-ಬೇರೆ ಯಶಸ್ಸು ಪಡೆಯಬೇಕೆಂಬ ಹಂಬಲದ ಕೊನೆಯ ಹಂತವನ್ನು ಗಮನಿಸಿದಾಗ, ಎಲ್ಲ ಬಂಧನಗಳಿಂದ ಮುಕ್ತವಾಗುವುದು ಎಂಬುದು ಭಾರತೀಯತೆಯ ಮೂಲ ಸಿಧ್ಧಾಂತ.ಕೇವಲ ಕೌಶಲ್ಯ ಒದಗಿಸುವ ಶಿಕ್ಷಣದಿಂದ ಸಮಾಜಕ್ಕೆ ಮತ್ತು ದೇಶಕ್ಕೆ ಆರ್ಥಿಕವಾಗಿ ಉಪಯುಕ್ತವಾಗುವ ಸಾಧ್ಯತೆ ಹೆಚ್ಚು ಆದರೆ ರಾಷ್ಟ್ರ ನಿರ್ಮಾಣಕ್ಕೆ ಬೇಕಾಗಿರುವುದು ಅದಕ್ಕಿಂತ ಮೀಗಿಲಾದದ್ದು. ಜೀವನ ಕಟ್ಟಿಕೊಳ್ಳಲು ಅವಶ್ಯವಾದ ಕೌಶಲ್ಯದ ಜೊತೆಗೆ, ಮುಕ್ತಿ ಪಡೆಯುವ, ಅಂದರೆ ಭೌತಿಕ ಜಗತ್ತಿನ ಬಂಧನಗಳಿಂದ ಸ್ವತಂತ್ರ ಹೊಂದುವ ನಿಟ್ಟಿನಲ್ಲಿ ವ್ಯಕ್ತಿಗೆ ಸಹಾಯ ಮಾಡುವ ವಿದ್ಯೆಯ ಅವಶ್ಯಕತೆ ಇಂದಿನ ಪೀಳೀಗೆಗೆ ಅನಿವಾರ್ಯವಾಗಿದೆ.

ಈ ದೃಷ್ಠಿಯಿಂದ ಭಾರತದ ಭವಿಷ್ಯದ ಪೀಳೀಗೆಯನ್ನು ದೈಹಿಕ, ಮಾನಸಿಕ, ಬೌಧ್ಧಿಕ ಸದೃಡತೆಯ ಜೊತೆಗೆ ಸಾಮಾಜಿಕ ಅಭಿವೃಧ್ಧಿಯ ಕಡೆಗೆ ನಡೆಸಲು ಅವಶ್ಯಕವಾದ ಶಿಕ್ಷಣ, ಭಾರತೀಯ ಶಿಕ್ಷಣ ಪಧ್ಧತಿಯ ಜೊತೆಗೆ ರಾಷ್ಟ್ರೀಯ ಶಿಕ್ಷಣ ನೀತಿಯ ಅನುಷ್ಠಾನದಲ್ಲಿ ಇರುವ ಅವಕಾಶಗಳು ಮತ್ತು ಸವಾಲುಗಳ ಮೇಲೆ ಬೆಳಕು ಚೆಲ್ಲುವ ಒಂದು ಚಿಕ್ಕ ಪ್ರಯತ್ನದ ಪ್ರತಿಫಲವೇ ಚಿಗುರು - ಶಿಕ್ಷಣ ಮತ್ತು ಶಿಕ್ಷಣ ನೀತಿಯ ಕೈಪಿಡಿ.

ಇಂತಿ

ಹೇಮಂತಕುಮಾರ ಕಪ್ಪಾಳಿ

1

ಶಿಕ್ಷಣ

ಶಿಕ್ಷಣವು ವ್ಯಕ್ತಿಯನ್ನು ಸ್ವಾವಲಂಬಿಯಾಗಿ ಮಾಡುವ ಸಾಧನವಾಗುವುದರ ಜೊತೆಗೆ ಜವಾಬ್ದಾರಿಗಳನ್ನು ತೋರಿಸಿಕೊಡುವ ಕನ್ನಡಿಯಂತಿರಬೇಕು ಆದರೆ ಅದರಲ್ಲಿ. ವೈಯಕ್ತಿಕ ಮತ್ತು ಸಾಮಾಜಿಕ ಜವಾಬ್ದಾರಿಗಳು ಎಂಬ ವಿಂಗಡನೆ ಇರಕೂಡದು ಕಾರಣ ವ್ಯಕ್ತಿ, ಕುಟುಂಬ, ಶಿಕ್ಷಣ ಮತ್ತು ಸಮಾಜ ಇವುಗಳನ್ನು ಬೇರೆ-ಬೇರೆಯಾಗಿ ನೋಡುವುದು ಸರಿಯಲ್ಲ ಇವೆಲ್ಲವೂ ದೇಶದ ಬೆಳವಣಿಗೆಗೆ ಆಧಾರ ಸ್ತಂಭಗಳು.

ಶಿಕ್ಷಣ ಕೇವಲ ವಿಷಯ ಸಂಗ್ರಹವಾಗದೆ, ಅದರ ಉದ್ದೇಶವು ಪರೀಕ್ಷೆ, ಫಲಿತಾಂಶ ಮತ್ತು ಅಂಕಗಳಿಗೆ ಸೀಮಿತವಾಗದೆ, ವ್ಯಕ್ತಿಯಲ್ಲಿ ಸಂಸ್ಕೃತಿ, ಸ್ವ-ದೇಶಾಭಿಮಾನ ,ಆತ್ಮವಿಶ್ವಾಸ,ಹೋರಾಟ ಮತ್ತು ಸೇವಾ ಮನೋಭಾವಗಳು ಸೇರಿದಂತೆ ವ್ಯಕ್ತಿಯ ಸರ್ವತೋಮುಖ ವಿಕಾಸ ಮಾಡಬಲ್ಲ ಸಾಧನವಾಗಬೇಕು.

ಶಿಕ್ಷಣದ ಕುರಿತಾಗಿ ಸ್ವಾಮಿ ವಿವೇಕಾನಂದರು "ಮನುಷ್ಯರಲ್ಲಿ ಪರಿಪೂರ್ಣತೆಯನ್ನು ಸಾಧಿಸುವುದೇ ಶಿಕ್ಷಣ ಶಿಕ್ಷಣವೇ ಎಲ್ಲ ಸಮಸ್ಯೆಗಳಿಗೆ ದಿವ್ಯ ಔಷಧ, ವಿದ್ಯಾಭ್ಯಾಸವೆಂದರೆ ನಮ್ಮೊಳಗೆ ಆಗಲೇ ಇರುವ ಪರಿಪೂರ್ಣತೆಯನ್ನು ಅಭಿವ್ಯಕ್ತಿಪಡಿಸುವುದು. ಧರ್ಮವೇ ಶಿಕ್ಷಣದ ಕೇಂದ್ರಬಿಂದು,ಸಾಧನೆಗಳ ಮೂಲಕ ಅತ್ಮ ಪ್ರಕಾಶನವನ್ನು ಹೊರಹೊಮ್ಮಿಸುವುದು" ಎಂದು ನೀಡಿರುವ ವ್ಯಾಖ್ಯಾನವನ್ನು ಶಿಕ್ಷಣ ವ್ಯವಸ್ಥೆ ಅನುಷ್ಠಾನಗೊಳಿಸುವಂತಿರಬೇಕು.

ಸಾಮಾನ್ಯವಾಗಿ ಯಾವುದಾದರು ಒಂದು ರೂಪದ ಸಂಪನ್ಮೂಲವನ್ನು ಗಣನೆಗೆ ತೆಗೆದುಕೊಂಡಾಗ ಅದರಿಂದ ಆಗುವ ಉಪಯೋಗವನ್ನು ಆರ್ಥಿಕ ಅಭಿವೃದ್ಧಿ ಎನ್ನುವುದು ವಾಡಿಕೆ,ಆದರೆ ಮಾನವನನ್ನು ಸಂಪನ್ಮೂಲವೆಂದು

ಪರಿಗಣಿಸಿ ಅಭಿವೃದ್ಧಿಪಡಿಸಿದಾಗ ದೇಶದ ಆರ್ಥಿಕ ಕ್ಷೇತ್ರದ ಬೆಳವಣಗೆ ಖಂಡಿತ. ನಮ್ಮ ದೇಶದಲ್ಲಿರುವ ಜನಸಂಖ್ಯೆಯನ್ನು ಪರಿಗಣಿಸಿ ನೋಡಿದಾಗ ಈ ನಿರೀಕ್ಷೆ ಮಾಡಬಹುದೇ ಹೊರತು,ವಿವಿಧ ಕ್ಷೇತ್ರಗಳಲ್ಲಿ (ಅಂದರೆ ಕಲೆ,ಕ್ರೀಡೆ,ಸಾಹಿತ್ಯ ಇತ್ಯಾದಿ) ಸಾಧ್ಯವೇ?

ಮಾನವನನ್ನು ಸಮಾಜದ ಮತ್ತು ದೇಶದ ಆಸ್ತಿ ಎಂದು ಪರಿಗಣಿಸಿದಾಗ ಅಭಿವೃದ್ಧಿಯ ಜೊತೆಗೆ ಸಂರಕ್ಷಣೆಯ ಜವಾಬ್ದಾರಿಯು ಬರುವುದು ನಿಜ, ಈ ನಿಟ್ಟಿನಲ್ಲಿ ಮಾನವ ಸಂಪನ್ಮೂಲ ಮತ್ತು ಅಭಿವೃದ್ಧಿ ಇಲಾಖೆಯನ್ನು ಶಿಕ್ಷಣ ಸಚಿವಾಲಯ ವಿಶ್ಲೇಷಿಸಿರುವುದು ಸ್ವಾಗತಾರ್ಹ.

2017 ರಲ್ಲಿ ರಾಷ್ಟ್ರೀಯ ಶಿಕ್ಷ್ಣ ಣ ನೀತಿಯ ಸಮಿತಿಯನ್ನು ರಚಿಸಲಾಯಿತು. ಈ ಸಮಿತಿಯ ಅಧ್ಯಕ್ಷತೆಯನ್ನು ಇಸ್ರೋ ಸಂಸ್ಥೆಯ ಮಾಜಿ ಅಧ್ಯಕ್ಷರಾದ **ಡಾ.ಕಸ್ತೂರಿ ರಂಗನ್** ವಹಿಸಿದ್ದರು, ಕರ್ನಾಟಕದಿಂದ **ಶ್ರೀ ಬಿ.ವಿ.ಕಟ್ಟಿಮನಿ** ಮತ್ತು **ಶ್ರೀ ಎಂ ಕೆ ಶ್ರೀಧರ್** ಸೇರಿದಂತೆ ಸಮಿತಿಯಲ್ಲಿ ಒಟ್ಟು 6 ಜನ ಸದಸ್ಯರಿದ್ದರು ಅವರು ನೀತಿಯ ರಚನೆಯಲ್ಲಿ ಋಷಿಗಳ ತಪಸ್ಸಿನಂತೆ ಕಾರ್ಯನಿರ್ವಹಿಸಿ ನೀತಿಯನ್ನು ರಚಿಸಿದ್ದಾರೆ ಎನ್ನುವುದು ಅದನ್ನು ಓದಿದಾಗ ತಿಳಿಯುವುದು ಸಂತೋಷದ ಸಂಗತಿ.

ಈ ಸಮಿತಿಯು ಮಂಡಿಸಿದ್ದ ಕರಡು ಪ್ರತಿಗೆ ಸಚಿವಾಲಯವು ದೇಶದ **676 ಜಿಲ್ಲೆ, 6000 ಲೋಕಲ್** ಸಮಿತಿ ಮತ್ತು **2.5 ಲಕ್ಷ ಗ್ರಾಮ ಪಂಚಾಯಿತಿಗಳಿಂದ** ಬಂದ **2 ಲಕ್ಷ** ಸಲಹೆಗಳನ್ನು ಕ್ರೋಢೀಕರಿಸಿರುವುದಲ್ಲದೆ,ದೇಶದ ಪ್ರತಿಷ್ಠಿತ ವಿಶ್ವ ವಿದ್ಯಾಲಯಗಳ, ಶಿಕ್ಷಣ ಸಂಸ್ಥೆಗಳ ಜೊತೆ ಸಂವಾದ ನಡೆಸಿದ ನಂತರ ಉತ್ತಮ ಸಲಹೆಗಳನ್ನು ಅಳವಡಿಸಿಕೂಂಡ ನಂತರ ರೂಪಗೊಂಡ ಭವಿಷ್ಯದ ಶಿಕ್ಷಣ ಕ್ಷೇತ್ರದ ಮಹಾನ್ ಕಾವ್ಯ-**ರಾಷ್ಟ್ರೀಯ ಶಿಕ್ಷಣ ನೀತಿ-2020.**

ಹಲವಾರು ವರ್ಷಗಳ ನಂತರ ಶಿಕ್ಷಣ ವ್ಯವಸ್ಥೆಯಲ್ಲಿ ಬದಲಾವಣೆಯನ್ನು ತಂದಿರುವುದು ಪ್ರತಿಕೂಲ ವಾತಾವರಣ ಎನ್ನಿಸಬಹುದಾದರು ಕೂಡಾ, ಅದರಲ್ಲಿರುವ ಒಳ್ಳೆಯ ವಿಚಾರಗಳ ಮತ್ತು ಅವಕಾಶಗಳ ಅರಿವು ಮೂಡಿಸಿದಾಗ, ಎಲ್ಲರೂ ಅದನ್ನು ಒಪ್ಪಿಕೊಳ್ಳುವುದು ನಿಜ,ಅನುಷ್ಠಾನವು ಸುಲಭ ಮತ್ತು ಫಲಿತಾಂಶವು ಖಚಿತ.

2

ಪ್ರಾಚೀನ ಭಾರತದ ಶಿಕ್ಷಣ ಪದ್ಧತಿ

ಮನುಷ್ಯನ ಕುರಿತಾಗಿ ವ್ಯಾಖ್ಯಾನ ಮತ್ತು ಮನುಷ್ಯನನ್ನು ಅರ್ಥೈಸಿಕೊಳ್ಳುವ ಸಿದ್ಧಾಂತಗಳನ್ನು ಭಾರತೀಯ ಶಿಕ್ಷಣ ಪದ್ಧತಿಯ ವೇದಾಂತ,ಉಪನಿಷತ್ತು ಮತ್ತು ಬ್ರಹ್ಮಸೂತ್ರಗಳು ವಿವರಿಸುತ್ತವೆ. ಪ್ರಪಂಚವೆಲ್ಲಾ ಅಜ್ಞಾನದ ಕತ್ತಲಲ್ಲಿ ಇರಬೇಕಾದರೆ ನಮ್ಮಲ್ಲಿ ವಾಸ್ತುಶಿಲ್ಪ ಬಹು ಎತ್ತರಕ್ಕೆ ಬೆಳೆದಿತ್ತು ಎಂಬುದಕ್ಕೆ ಸಾಕಷ್ಟು ಪುರಾವೆಗಳಿವೆ ಉದಾಹರಣೆಗೆ ರೇಷ್ಮೆಯ ಬಳಕೆ, ದೇವಾಲಯಗಳ ವಾಸ್ತು ಶಿಲ್ಪ, ಸಾಹಿತ್ಯ ಮತ್ತು ವಿಜ್ಞಾನದ ಆಧಾರದ ಮೇಲೆ ನಿಂತಿರುವಂತಹ ಅದೆಷ್ಟೋ ಪುರಾವೆಗಳನ್ನು ಕಾಣಬಹುದು. ವ್ಯಾಪಾರ, ಕರಕುಶಲತೆ, ಕಲೆ, ನೃತ್ಯ, ಸಾಹಿತ್ಯ, ವಾಸ್ತುಶಿಲ್ಪ, ಸೇನಾ ತರಬೇತಿ, ಆಡಳಿತ ಮತ್ತು ವೈದ್ಯಕೀಯವು ಸೇರಿದಂತೆ ಅರವತ್ನಾಲ್ಕು ವೃತ್ತಿಪರ ಕೌಶಲ್ಯಗಳನ್ನು ನಾಗರೀಕತೆಯ ಹೊಂದಿದ್ದವು.

ಗುರುಕುಲ, ಘಟಿಕ ಮತ್ತು ಅಗ್ರಹಾರಗಳ ಜೊತೆಗೆ ಜೈನ ಮತ್ತು ಬೌದ್ಧರ ವಿದ್ಯಾಲಯಗಳು ಸಾವಿರಾರು ವಿದ್ಯಾರ್ಥಿಗಳಿಗೆ ಮತ್ತು ಶಿಕ್ಷಕರಿಗೆ ಆಶ್ರಯ ನೀಡಿದ್ದವು.ಆಡಳಿತ ಮಾಡುವ ರಾಜರಿಂದ ಶ್ರೀಮಂತ ವರ್ತಕರಿಂದ ದಾನದ ರೂಪದಲ್ಲಿ ಪಡೆದ ಹಣದಿಂದ ಇವುಗಳನ್ನು ನಡೆಸಲಾಗುತ್ತಿತ್ತು. ಅದೇ ರೀತಿ ಮನೆಯ ಸಾಮಾನ್ಯ ಮಹಿಳೆಯು ಕೂಡಾ ಸುಶಿಕ್ಷಿತಳಾಗಿದ್ದಳು. ಇದರಿಂದಾಗಿ ಮಕ್ಕಳ ಶಿಕ್ಷಣ ಮನೆಯಿಂದಲೇ ಪ್ರಾರಂಭವಾಗುತ್ತಿತ್ತು. ಸಮಾಜದಲ್ಲಿ ಶಿಕ್ಷಿತರು, ಅಶಿಕ್ಷಿತರು ಎಂಬ ವಿಂಗಡನೆ ಸಾಧ್ಯವೇ ಇರಲಿಲ್ಲ ಕಾರಣ ಪ್ರತಿಯೊಬ್ಬ

ಮನುಷ್ಯನು ಮಾನವೀಯ ಮೌಲ್ಯಗಳಲ್ಲಿ, ಸಾಮಾಜಿಕ ಜವಾಬ್ದಾರಿ ನಿರ್ವಹಿಸುವುದರಲ್ಲಿ ಮತ್ತು ವೃತ್ತಿಪರ ಕೌಶಲ್ಯದಲ್ಲಿ ಪರಿಣಿತರಾಗಿರುತ್ತಿದ್ದರು.

ಪ್ರಾಚೀನ ಕಾಲದಿಂದ ಹಿಡಿದು 19ನೇ ಶತಮಾನದ ಮಧ್ಯಭಾಗದವರೆಗು ಭಾರತಿಯ ಶಿಕ್ಷಣ ಪದ್ಧತಿಯು ಸಣ್ಣ ಪುಟ್ಟ ಬದಲಾವಣೆಗಳನ್ನು ಬಿಟ್ಟರೆ ವಿಜ್ಞಾನ,ವಾಸ್ತುಶಿಲ್ಪ,ಸಾಹಿತ್ಯ, ಕಲೆ ಮತ್ತು ಆಡಳಿತ ಎಲ್ಲ ಕ್ಷೇತ್ರದಲ್ಲೂ ಅತ್ಯುತ್ತಮ ಕೊಡುಗೆಯನ್ನು ಸಮಾಜಕ್ಕೆ ನೀಡಿತ್ತು, ಪಾಶ್ಚಾತ್ಯ ಸಾಹಿತಿಗಳು ಭಾರತೀಯ ಸಂಸ್ಕೃತಿ,ಜ್ಞಾನ ಸಂಪತ್ತನ್ನು ಗೌರವಿಸಿ ಬರೆದಿರುವ ಅನೇಕ ಸಾಹಿತ್ಯಗಳ ಉದಾಹರಣೆಗಳನ್ನು ಕಾಣಬಹುದು.

ಥಾಮಸ್ ಮನ್ರೋ ಹೇಳುವ ಪ್ರಕಾರ, 19ನೇ ಶತಮಾನದಲ್ಲಿ ಬ್ರಿಟಿಷರು ಮದ್ರಾಸ್ ಪ್ರೆಸಿಡೆನ್ಸಿಯಲ್ಲಿ ನಡೆಸಿದ ಸರ್ವೆ ಪ್ರಕಾರ 12,498 ಶಾಲೆಗಳು, ಒಟ್ಟು 1,88,650 ವಿದ್ಯಾರ್ಥಿಗಳು ಓದುತ್ತಿದ್ದರು ಎಂಬ ವಿಷಯ ತಿಳಿದುಬಂದಿದೆ. ವಿಲಿಯಂ ಜೋನ್ಸ್ ಪ್ರಾಚೀನ ಭಾರತದ ಸಾಹಿತ್ಯ,ಇತಿಹಾಸ ಮತ್ತು ವಿಜ್ಞಾನದ ಬಗ್ಗೆ ಅಧ್ಯಯನ ಮಾಡಲು ಸ್ವಂತ ಆಸಕ್ತಿ ತೋರಿಸಿದ್ದು. ಇದೇ ರೀತಿ ಮೇಘಸ್ತನೀಸ(302 ಬಿ.ಸಿ), ಹ್ಯೂತ್ಸಾಂಗ್(629-645 ಎ.ಡಿ),ಆಲ್ಬೆರೂನಿ ಇನ್ನು ಅನೇಕ ವಿದೇಶಿ ಪ್ರವಾಸಿಗರು ಬರೆದ ಸಾಹಿತ್ಯಗಳು ನಮ್ಮ ಪ್ರಾಚೀನ ಶಿಕ್ಷಣದ ಪರಂಪರೆಯನ್ನು ಜೀವಂತವಾಗಿರಿಸಿವೆ.

ಪ್ರಾಚೀನ ಭಾರತದ ಶಿಕ್ಷಣ ಪದ್ಧತಿಯಲ್ಲಿ, ಸರಕಾರದ ಹಸ್ತಕ್ಷೇಪ ಇರಲಿಲ್ಲ. ಅದರ ಅಗುಹೋಗುಗಳನ್ನು ಕಲಿಯುವವರು ಮತ್ತು ಕಲಿಸುವವರು ಮಾತ್ರ ನೋಡಿಕೊಳ್ಳುತ್ತಿದ್ದರು. ಶಿಕ್ಷಕರು ಉಚಿತವಾಗಿ, ವಿಧ್ಯಾರ್ಥಿಗಳು ಸ್ವಯಂ ಪ್ರೇರಿತರಾಗಿ ಮತ್ತು ತಮ್ಮ ತಮ್ಮ ಆಸಕ್ತಿಗನುಸಾರವಾಗಿ ವಿಷಯಗಳನ್ನು,ಶಿಕ್ಷಕರನ್ನು ಆಯ್ಕೆ ಮಾಡಿಕೊಳ್ಳಬಹುದಾಗಿತ್ತು.

ಈ ರೀತಿ ಕಾರ್ಯನಿರ್ವಹಿಸಿದ ನಳಂದ ವಿಶ್ವ ವಿದ್ಯಾಲಯದ, ವಿಶೇಷತೆ ಎಂದರೆ 200 ಗ್ರಾಮಗಳ ಧನ ಸಹಾಯದಿಂದ 3000 ಶಿಕ್ಷಕರನ್ನೊಳಗೊಂಡ 300 ತರಗತಿಗಳು ಹಾಗು 8 ಸಭಾಂಗಣಗಳಿದ್ದವು. ಇಲ್ಲಿ ಅಭ್ಯಾಸ ಮಾಡಲು ಪ್ರವೇಶ ಪರೀಕ್ಷೆಯನ್ನು ಕಡ್ಡಾಯವಾಗಿ ನಡೆಸಲಾಗುತ್ತಿತ್ತು.

ಅದೇ ರೀತಿ ಕುರುವಂಶದ ರಾಜ ಧುರ್ಯೋಧನನು ತನ್ನ ತಾಯಿಯ ಜನ್ಮ ಸ್ಥಳವಾದ ಗಾಂಧಾರದಲ್ಲಿ ಸ್ಥಾಪಿಸಿದ್ದು ತಕ್ಷಿಲಾ ಅಥವಾ ತಕ್ಷಶೀಲ ವಿಶ್ವ ವಿದ್ಯಾಲಯ.ಇಲ್ಲಿ ಅಧ್ಯಯನ ಮಾಡಿದ ಇತಿಹಾಸ ಪ್ರಸಿದ್ಧ ವ್ಯಕ್ತಿಗಳಲ್ಲಿ ಪಾಣಿನಿ. ಚರಕ. ಚಾಣಕ್ಯ ಮತ್ತು ಚಂದ್ರಗುಪ್ತರು ಸೇರಿದ್ದಾರೆ. ಉನ್ನತ ಶಿಕ್ಷಣ ಕೇಂದ್ರವಾಗಿದ್ದ ಇಲ್ಲಿ ಚೀನಾ, ಗ್ರೀಸ್,ನೇಪಾಳ್ ಇನ್ನು ಮುಂತಾದ ದೇಶಗಳಿಂದ ಸುಮಾರು

10500 ವಿದ್ಯಾರ್ಥಿಗಳು ಓದುತ್ತಿದ್ದರು ಪ್ರಸ್ತುತ ಇದರ ಅವಶೇಷಗಳು ಪಾಕಿಸ್ತಾನದ ರಾವಲ್ಪಿಂಡಿ ಜಿಲ್ಲೆಯಲ್ಲಿ ದೊರಕುತ್ತವೆ.

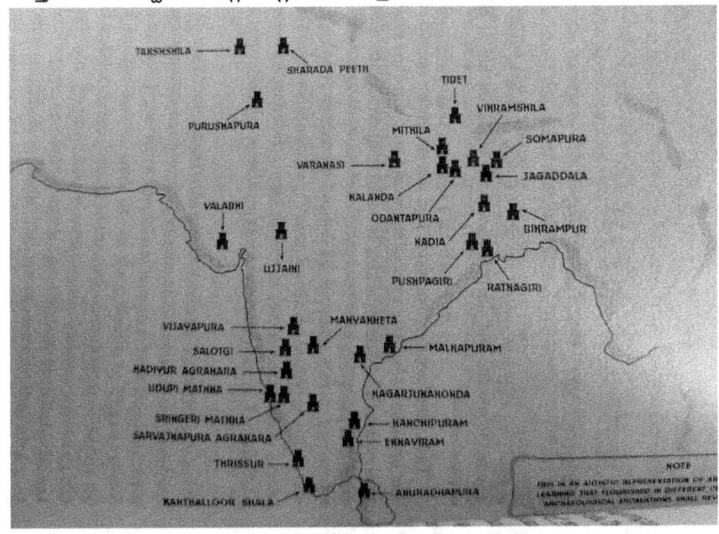

ಚಿತ್ರ 4: ಪ್ರಾಚೀನ ಭಾರತದ ವಿಶ್ವ ವಿದ್ಯಾಲಯಗಳು.

ಇದೆ ರೀತಿಯಾದ ವಿಕ್ರಮಶೀಲ, ಓದಾಂತಪುರಿ, ಜಗದಾಲ, ವಲ್ಲಭಿ, ಶಾರದಾಪೀಠ, ಸೋಮಪುರ, ನಾಗರ್ಜುನ ಎಂಬ ಅಧ್ಯಯನ ಕೇಂದ್ರಗಳು ದೇಶದಲ್ಲಿದ್ದವು ಅವುಗಳ ಚಿತ್ರಣ .(ಚಿತ್ರ 4) ಇದೆ.ಇವುಗಳ ಜೊತೆ ಕರ್ನಾಟಕದ ಮಾಳಖೇಡ, ಸಾಲುವಟಗಿ ಕೊಡಾ ಸೇರಿದ್ದವು.

ಭಾರತೀಯ ಜ್ಞಾನ ಸಂಪತ್ತನ್ನು ನೋಡಿದಾಗ ನಮಗೆಲ್ಲಾ ತಿಳಿದಿರುವ ಹಾಗೆ ಅದು ವೇದಗಳಿಂದ ಶುರುವಾಗಿ ಆಧುನಿಕ ಸಾಹಿತ್ಯದವರೆಗೂ ಇದೆ,

ವೇದಗಳು 4 ಅವುಗಳು,

1)ಋಗ್ವೇದ-ಮಂತ್ರರೂಪದ ದೇವಸ್ತುತಿಗಳ ಸಂಗ್ರಹ.

2)ಯಜುರ್ವೇದ-ಯಜ್ಞಾವಶ್ಯಕ ಕ್ರಿಯೆಗಳ ನಿರೂಪಣೆ.

3)ಸಾಮವೇದ-ಯಜ್ಞದ ಮಂತ್ರಗಳನ್ನು ಸ್ವರ ಬದ್ಧವಾಗಿ ಹಾಡುವ ಪದ್ಧತಿಯ ವಿವರ.

4)ಅಥರ್ವವೇದ-ಲೌಕಿಕ ಜೀವನದ ವಿಷಯಗಳನ್ನು ಕುರಿತು ತಿಳಿಸುತ್ತದೆ.

ಪುರಾಣಗಳು 18 ಅದರಲ್ಲಿ 18 ಮಹಾಪುರಾಣಗಳು. ಅವತಾರಗಳು, ಋಷಿ-ಮುನಿಗಳು, ರಾಜರು ಮತ್ತು ಭಕ್ತರು ಇವರ ಜೀವನದ ಮೂಲಕ ವೇದ

ಉಪನಿಷತ್ತುಗಳ ಸೂಕ್ಷ್ಮ ಸಂಗತಿಗಳನ್ನು ಜನರಿಗೆ ತಿಳಿಸುವ ಕೆಲಸವನ್ನು ಪುರಾಣಗಳು ಮಾಡುತ್ತವೆ

ಸರ್ವೋಪನಿಷದ್ ಎಂದರೆ ಸಮೀಪದಲ್ಲಿ ನಮ್ರತೆಯಿಂದ ಕೂಡುವುದು. ವೇದಗಳ ಕೊನೆಯ ಭಾಗ ಇದಾಗಿದ್ದು, ವೇದಾಂತ ಅಥವಾ ರಹಸ್ಯ ವಿದ್ಯೆ ಎಂದು ಕರೆಯುತ್ತಾರೆ.

ಇತಿಹಾಸ-ಇತಿ-ಹ-ಅಸ ಎಂದರೆ ಹೀಗೆ ಇದ್ದಿತು ಎಂದರ್ಥ.

ಇತಿಹಾಸಗಳು,1) ರಾಮಾಯಣ 2) ಮಹಾಭಾರತ.

ದಾರ್ಶನಗಳಲ್ಲಿ ಎರಡು ಬಗೆ,

೧)ಆಸ್ತಿಕ ದರ್ಶನ-ವೇದ, ದೇವರು,ಪುನರ್ಜನ್ಮಗಳನ್ನು ಸ್ವೀಕಾರ ಮಾಡುವದು, ೨)ನಾಸ್ತಿಕ ದರ್ಶನ-ವೇದ,ದೇವರು, ಪುನರ್ಜನ್ಮಗಳನ್ನು ನಿರಾಕರಣೆ ಮಾಡುವದು. ಆರು ಆಸ್ತಿಕ ದರ್ಶನಗಳು ಮೂರು ನಾಸ್ತಿಕ ದರ್ಶನಗಳು.

ಆಗಮಗಳು ಅಂದರೆ ತಂತ್ರಗಳು ಶರೀರವನ್ನು ರಕ್ಷಿಸುವ ಅಂದರೆ ಅಜ್ಞಾನದಿಂದ ಪಾರುಮಡುವಂತಹವಾಗಿವೆ. ಜ್ಞಾನದ ಪ್ರಸಾರ ಯಾವುದರ ಮೂಲಕ ಆಗುತ್ತದೆಯೋ ಅದು ಆಗಮ.ದೇವಸ್ಥಾನದ ರಚನೆ,ಪೂಜಾ ಪದ್ಧತಿಯಲ್ಲಿ ತಂತ್ರಶಾಸ್ತ್ರದ ಕೊಡುಗೆ ಹೆಚ್ಚು.

ಸ್ಮೃತಿಗಳಲ್ಲಿ ಎರಡು ವಿಧಗಳು, ಒಂದು ನಿತ್ಯ ಕಾಯಕಗಳ ನಿರ್ದೇಶನ ನೀಡುವಂತಹದು. ಎರಡನೆಯದು ಯುಗಾನುಸಾರ ಸ್ಮೃತಿಗಳು-ಸತ್ಯಯುಗ,ತ್ರೇತಾಯುಗ,ದ್ವಾಪರಯುಗ ಮತ್ತು ಕಲಿಯುಗ.ಶಾಸ್ತ್ರಗಳು ಅದರಲ್ಲಿ ಅರ್ಥಶಾಸ್ತ್ರ,ನಾಟ್ಯಶಾಸ್ತ್ರ,ಯೋಗಶಾಸ್ತ್ರ,ಆಯುರ್ವೇದ ಶಾಸ್ತ್ರ ಸೇರಿದಂತೆ 64 ಶಾಸ್ತ್ರಗಳಿವೆ.

ಇನ್ನು ಜಾನಪದ,ವಚನ,ದಾಸ ಸಾಹಿತ್ಯ, ಗುರು ಗ್ರಂಥಗಳು, ಧರ್ಮ ಸುಧಾರಕರು, ವಿವೇಕಾನಂದರು, ಅಂಬೇಡ್ಕರ್, ಸಾವರ್ಕರ್, ಗಾಂಧೀಜಿ,ಧರ್ಮಪಾಲ್,ಗುರೂಜಿ, ಪ್ರಕಾಶನಗಳು ವಾಯ್ಸ್ ಆಫ್ ಇಂಡಿಯಾ, ರಾಮಕೃಷ್ಣಾಶ್ರಮದ ಸಾಹಿತ್ಯ ಎಲ್ಲವು ಆಧುನಿಕ ಜ್ಞಾನ ಪರಂಪರೆಯಲ್ಲಿ ಸೇರಿಕೊಳ್ಳುತ್ತವೆ.

ಆದರೆ 21ನೇ ಶತಮಾನಕ್ಕೆ ಬಂದರೂ ಕೂಡಾ ನಾವು ಭಾರತೀಯರು ಈ ಎಲ್ಲ ಜ್ಞಾನಧಾರೆಯನ್ನು ಮನಸ್ಸಾರೆ ಒಪ್ಪಿಕೊಂಡು ವ್ಯಕ್ತಿಯ,ಸಮಾಜದ ಮತ್ತು ದೇಶದ ಅಭಿವೃದ್ಧಿಗಾಗಿ ಇವುಗಳನ್ನು ಗೌರವಿಸಿ ಅರಿತುಕೊಳ್ಳುವ ಕೆಲಸವನ್ನು ಔಪಚಾರಿಕ ಶಿಕ್ಷಣದಲ್ಲಿ ಅನುಷ್ಠಾನವಾಗದೆ ಇರುವುದು ಆಶ್ಚರ್ಯದ ಸಂಗತಿ.

ಹೇಮಂತಕುಮಾರ್ ಕಪ್ಪಾಳಿ

3

ಬ್ರಿಟಿಷರು ಮತ್ತು ಶಿಕ್ಷಣ ವ್ಯವಸ್ಥೆ

ಪದವಿ ಪಡೆದ ಪ್ರತಿಯೊಬ್ಬರು ನೌಕರಿ ಮಾಡುಲೇಬೇಕೆಂಬ ಕಲ್ಪನೆ ಬ್ರಿಟಿಷರಿಂದ ಬಳುವಳಿಯಾಗಿ ಬಂದಿರುವ ವಿಷಯ , ಹಾಗಾದರೆ ಸ್ವಾವಲಂಬಿ, ಸ್ವಯಂಕೃಷಿ ಮತ್ತು ಸಮಾಜಕ್ಕೆ ಅವಶ್ಯವಾದ ವೃತ್ತಿಗಳನ್ನು ಮಾಡುವರಾರು? ನಾನು ಭಾರತದ ಉದ್ದಗಲಕ್ಕೂ ಪ್ರವಾಸ ಮಾಡಿದ್ದೇನೆ. ಇಲ್ಲಿ ಒಬ್ಬ ಭಿಕ್ಷುಕನಾಗಲಿ, ಒಬ್ಬ ಕಳ್ಳನಾಗಲಿ ಕಂಡಿಲ್ಲ, ಅಂದರೆ ಅದು ಈ ದೇಶದ ಮೌಲ್ಯ ಮತ್ತು ಸಾಮರ್ಥ್ಯವನ್ನು ಎತ್ತಿ ಹಿಡಿಯುತ್ತದೆ. ಈ ದೇಶವನ್ನು ನಾವು ಯುದ್ಧದಿಂದ ಗೆಲ್ಲಲು ಸಾಧ್ಯವಿಲ್ಲ ದೇಶದ ಬೆನ್ನೆಲುಬಾಗಿರುವ ಆಧ್ಯಾತ್ಮ ಮತ್ತು ಸಂಸ್ಕೃತಿಯ ಪರಂಪರೆಯನ್ನು, ನಂಬಿಕೆಯನ್ನು ಒಡೆಯಬೇಕು. ಇವರ ಶಿಕ್ಷಣ ಪದ್ಧತಿಯನ್ನು ಬದಲಾಯಿಸಿ ಪಾಶ್ಚಾತ್ಯ ಸಂಸ್ಕೃತಿಯು ಶ್ರೇಷ್ಟವಾದದ್ದುಎಂಬ ನಂಬಿಕೆ ಮೂಡಿಸಿ, ಅವರಲ್ಲಿ ಮನೆ ಮಾಡಿರುವ ಆತ್ಮ ಗೌರವವನ್ನು ಹಾಗು ಸ್ಥಳೀಯ ಸಂಸ್ಕೃತಿಯನ್ನು ಬಿಡುವಂತೆ ಮಾಡಿ ನಂತರ ಇವರನ್ನು ಆಳಬೇಕು ಎಂದು ಫೆಬ್ರವರಿ 2,1835 ರಂದು ಬ್ರಿಟಿಷ್ ಪಾರ್ಲಿಮೆಂಟಿನಲ್ಲಿ ಹೇಳಿದವರು ಮೆಕಾಲೆ. ಪ್ರಪಂಚದಲ್ಲಿ ಎಲ್ಲ ಕ್ಷೇತ್ರದಲ್ಲೂ ತಾವೆ ಶ್ರೇಷ್ಠ ಎಂಬ ಭಾವನೆಯಲ್ಲಿದ್ದ ಪಾಶ್ಚಾತ್ಯರು ಭಾರತಕ್ಕೆ ವ್ಯಾಪಾರದ ದೃಷ್ಟಿಯಿಂದ ಬಂದರು.ಇಲ್ಲಿನ ಸಮೃಧ್ಧ ಸಂಪನ್ಮೂಲ, ಪಾರಂಪರಿಕ, ಸಂಸ್ಕೃತಿ ಮತ್ತು ಸುಸ್ಥಿರ ಶಿಕ್ಷಣ ಪದ್ಧತಿಯನ್ನು ಕಂಡ ಬ್ರಿಟಿಷ್ ಅಧಿಕಾರಿಗಳು, ಪಾಶ್ಚಾತ್ಯ ಸಂಸ್ಕೃತಿಯನ್ನು ಸರ್ವ ಶ್ರೇಷ್ಠ ಎಂಬ ನಂಬಿಕೆಯನ್ನು ಮೂಡಿಸಿ, ಪಾಶ್ಚಾತ್ಯ ಶಿಕ್ಷಣ ಪಧ್ಧತಿಯನ್ನು ಭಾರತದಲ್ಲಿ ಸ್ಥಾಪನೆ ಮಾಡಿ, ವಿದ್ಯಾ ದಾನ

ಶ್ರೇಷ್ಠ ದಾನ ಎಂದು ನಂಬಿದವರಿಗೆ, ಶಿಕ್ಷಣದ ವ್ಯಾಪಾರೀಕರಣದ ಮತ್ತು ಕಡ್ಡಾಯವಾಗಿ ಇಂಗ್ಲಿಷ್ ಮಾಧ್ಯಮ ಎಂಬ ಬೀಜವನ್ನು ಬಿತ್ತಿದರು. ಬ್ರಿಟಿಷರು ಶಿಕ್ಷಣ ಕ್ಷೇತ್ರದ ವಿಸ್ತೃತವಾದ ಸಮೀಕ್ಷೆಯನ್ನು ಭಾರತದಾದ್ಯಂತ ಈ ಕೆಳಗಿನಂತೆ ಕೈಗೊಂಡರು,

1)ಬಾಂಬೆ ಪ್ರೆಸಿಡೆನ್ಸಿ(1820-1830)

2)ಮದ್ರಾಸ್ ಪ್ರೆಸಿಡೆನ್ಸಿ(1823-1826)

3)ಬೆಂಗಾಲ್ ಪ್ರೆಸಿಡೆನ್ಸಿ(1830-1835)

4)ಪಂಜಾಬ್(1849) ಆದರೆ ಸಮೀಕ್ಷೆ ಮುಗಿಯುವುದಕ್ಕಿಂತ ಮೊದಲೇ ಶಿಕ್ಷಣ ವ್ಯವಸ್ಥೆಯನ್ನು ಜಾರಿಗೆ ತರಲಾಯಿತು ಕಾರಣ ಇಷ್ಟೇ,

1)ಬಂಗಾಳ ಮತ್ತು ಬಿಹಾರದಲ್ಲಿ 1,00,000 ಭಾರತಿಯ ಶಿಕ್ಷಣ ಸಂಸ್ಥೆಗಳಿದ್ದವು, ಸಮೀಕ್ಷೆಯ ಅಂದಾಜಿನ ಪ್ರಕಾರ ಪ್ರತಿ 31-32 ಮಕ್ಕಳಿಗೆ ಒಂದು ಶಾಲೆ ಇರುತ್ತಿತ್ತು.

2)ಮದ್ರಾಸ್ ಸಮೀಕ್ಷೆಯ ಪ್ರಕಾರ 12,498 ಶಾಲೆಗಳಲ್ಲಿ 1,88,650 ಮಕ್ಕಳ ವಿಧ್ಯಾಭ್ಯಾಸ ನಡೆಯುತ್ತಿತ್ತು.

3)ಮಹಿಳೆಯರ ಶಿಕ್ಷಣವನ್ನು ಕಡೆಗಣಿಸಿರಲಿಲ್ಲ, ಅವರು ಹೆಚ್ಚಾಗಿ ಶಿಕ್ಷಣ ನೀಡುವುದರಲ್ಲಿ ಪಾಲ್ಗೊಳ್ಳುತ್ತಿದ್ದರು,

4)ದೆಹಲಿಯಲ್ಲಿ 6 ಶಾಲೆಗಳನ್ನು ಪಂಜಾಬಿನ ಮಹಿಳೆಯರು ನಡೆಸುತ್ತಿದ್ದರು.

ಮದ್ರಾಸಿನ ಗವರ್ನರ್ ಥಾಮಸ್ ಮನ್ರೋ ಹೇಳುವಂತೆ ಮಲಬಾರ್ ಜಿಲ್ಲೆಯಲ್ಲಿಯೇ 1094 ವಿದ್ಯಾರ್ಥಿಗಳು ವೈಯಕ್ತಿಕ ಶಿಕ್ಷಣ ಪಡೆದರೆ, 75 ವಿದ್ಯಾರ್ಥಿಗಳು ಸಾರ್ವಜನಿಕ ಶಾಲೆಯಲ್ಲಿ ಓದುತ್ತಿದ್ದರು.ಎಡ್ವರ್ಡ್ ಥಾಮ್ಸನ್ ಹೇಳುವಂತೆ ಶಾಲೆಗೆ ಹೋಗದ ಬಡ ಮಕ್ಕಳಿಗೂ ಓದುವ ಹವ್ಯಾಸವಿತ್ತು.ಮದ್ರಾಸ್ ಪ್ರೆಸಿಡೆನ್ಸಿ ಸಮೀಕ್ಷೆಯು ಬಹಳ ವಿಸ್ತ್ರುತವಾದದ್ದು. ಆದರೆ ಅದರ ಮುದ್ರಣವಾಗಲೇ ಇಲ್ಲ.ಗಾಂಧೀಜಿಯವರು 1931 ಅಕ್ಟೋಬರ್ 20 ರಂದು ನಡೆದ ದುಂಡು ಮೇಜಿನ ಪರಿಷತ್ತಿನಲ್ಲಿ ಭಾರತೀಯ ಶಿಕ್ಷಣ ವ್ಯವಸ್ಥೆಯನ್ನು ಕುರಿತಂತೆ, "ಬ್ರಿಟಿಷ್ ಆಡಳಿತಗಾರರು ಭಾರತಕ್ಕೆ ಬಂದಾಗ ಇರುವ ಪರಿಸ್ಥಿತಿಯನ್ನು ಇದ್ದಹಾಗೆ ಸ್ವೀಕರಿಸುವುದನ್ನು ಬಿಟ್ಟು, ಅವುಗಳನ್ನು ಬೇರುಸಹಿತ ಕಿತ್ತು ಹಾಕುವುದಕ್ಕಾಗಿ ಮೂಲಕ್ಕೆ ಕೈ ಹಾಕಿದರು ಆಗ ಆಲದ ಮರದಂತಿದ್ದ ಶಿಕ್ಷಣ ವ್ಯವಸ್ಥೆ ನೆಲಕ್ಕುರುಳಿತು" ಎಂದು ಹೇಳಿದ್ದಾರೆ. ಇದನ್ನು ಒಪ್ಪದ ಬ್ರಿಟಿಷ್ ಅಧಿಕಾರಿಗಳು ಸರಿಯಾದ ಅಧಾರವನ್ನು ನೀಡಿ ಇಲ್ಲ ನಿಮ್ಮ ಮಾತನ್ನು ಹಿಂದಕ್ಕೆ ತಗೆದುಕೊಳ್ಳಿಎಂದು ಪಟ್ಟು ಹಿಡಿದಾಗ,

ಗಾಂಧಿಜೆಯವರ ಸ್ನೇಹಿತರ ಸಹಾಯದಿಂದ,ಮದ್ರಾಸ್ ಪ್ರೆಸಿದೆನ್ಸಿ ಸಮೀಕ್ಷೆಯ ಆಧಾರದ ಮೇಲೆ ರಚನೆಯಾದ ಪುಸ್ತಕವೇ ಧರ್ಮಪಾಲ್ ರವರ "ಬ್ಯೂಟಿಫುಲ್ ಟ್ರೀ" ಅದರ ಕನ್ನಡದ ಅನುವಾದ ಡಾ ಮಾಧವ ಪರಾಜೆಯವರ "ಚೆಲುವ ತರು".ಈ ಒಂದು ಪುಸ್ತಕದಿಂದ ಸಾರ್ವತ್ರಿಕ ಶಿಕ್ಷಣವು ಬ್ರಿಟಿಷರ ನಂತರ ಭಾರತಕ್ಕೆ ಬಂತು ಎಂಬ ವಿಷಯವನ್ನು ಅಲ್ಲಗೆಳೆಯಬಹುದು.

4

ರಾಷ್ಟ್ರೀಯ ಶಿಕ್ಷಣ ನೀತಿಯಲ್ಲಿನ ಅವಕಾಶಗಳು ಮತ್ತು ಸವಾಲುಗಳು

ಭಾರತದಲ್ಲಿ ಸ್ವಾತಂತ್ರ ಬಂದ ನಂತರ ಇಲ್ಲಿಯವರೆಗೂ ಜಾರಿಗೆ ಬಂದ ಶಿಕ್ಷಣ ನೀತಿಗಳು ಈ ಕೆಳಗಿನಂತಿವೆ,

1)1986- ಶಿಕ್ಷಣದ ರಾಷ್ಟ್ರೀಯ ನೀತಿ.

2)1992- ಶಿಕ್ಷಣದ ರಾಷ್ಟ್ರೀಯ ನೀತಿಯಲ್ಲಿ ಅನುಷ್ಠಾನವಾಗದಿರುವ ಅಂಶಗಳ ಅನುಷ್ಠಾನ.

3)2009- ಉಚಿತ ಮತ್ತು ಕಡ್ಡಾಯ ಶಿಕ್ಷಣ ನೀತಿ.

4)2020- ರಾಷ್ಟ್ರೀಯ ಶಿಕ್ಷಣ ನೀತಿ.

ರಾಷ್ಟ್ರೀಯ ಶಿಕ್ಷಣ ನೀತಿ-2020 ರಲ್ಲಿ ಉಲ್ಲೇಖಿಸಿದ ಉದ್ದೇಶಗಳು, ಪ್ರಸ್ತುತ ಕಾಲದ ಅವಶ್ಯಕತೆಗಳಿಗೆ ಹೇಳಿ ಮಾಡಿಸಿದಂತಿದ್ದು, ಜಾಗತಿಕ ಬೆಳವಣಿಗೆಯ ಅವಶ್ಯಕತೆಯನ್ನು ಅರ್ಥೈಸಿಕೊಂಡು,ಪ್ರಾಚೀನ ಕಾಲದ ಭಾರತೀಯ ಪರಂಪರೆಯ ಆಧಾರದ ಮೇಲೆ ರಚನೆಯಾಗಿದೆ.2040 ರ ವೇಳೆಗೆ ಭಾರತವು ಪ್ರಪಂಚದ ಶ್ರೇಷ್ಠ ಶಿಕ್ಷಣ ವ್ಯವಸ್ಥೆಯನ್ನು ಹೊಂದುವುದರ ಮೂಲಕ ವಿಶ್ವಗುರು ಸ್ಥಾನವನ್ನು ಅಲಂಕರಿಸುವುದು ರಾಷ್ಟ್ರೀಯ ಶಿಕ್ಷಣ ನೀತಿಯ ಗುರಿಯಾಗಿದೆ.

ಶಿಕ್ಷಣ ನೀತಿಯಲ್ಲಿರುವ ಅವಕಾಶಗಳನ್ನು ಅವಲೋಕಿಸಿ ನೋಡಿದಾಗ ಕಂಡುಬಂದ ಪ್ರಮುಖ ಅಂಶಗಳು ಈ ಕಳಗಿನಂತಿವೆ,

ಬೆಳೆಯುವ ಸಿರಿ ಮೊಳಕೆಯಲ್ಲಿಯೇ ಎಂಬ ನಂಬಿಕೆಯಂತೆ, ಮಗುವಿನ ಆರಂಭಿಕ ಹಂತದ ಅಂದರೆ 3 ರಿಂದ 6 ನೇ ವಯಸ್ಸಿನ ಶಿಕ್ಷಣಕ್ಕೆ ಪ್ರಾಮುಖ್ಯತೆ ನೀಡಿದೆ.

2025 ರ ವೇಳೆಗೆ 6 ನೇ ವಯಸ್ಸಿನ ಒಳಗಿನ ಪ್ರತಿಯೊಬ್ಬ ಮಗುವಿಗೊ ಉತ್ತಮ ಗುಣಮಟ್ಟದ ಶಿಕ್ಷಣ ನೀಡುವ ಧ್ಯೇಯ ಹೊಂದಿದೆ. ಇದಕ್ಕೆ ಪೂರಕವಾಗಿ,ಮಗುವಿನ ಬಾಲ್ಯದ ಶಿಕ್ಷಣ ಮತ್ತು ಆರೈಕೆಯನ್ನು ಬಲಪಡಿಸುವುದು.

85% ಮಗುವಿನ ಮೆದುಳಿನ ಭಾಗವು ಬೆಳೆಯುವುದು 6ನೇ ವಯಸ್ಸಿನ ಒಳಗಡೆ ಎಂಬುದು ವೈಜ್ಞಾನಿಕವಾಗಿ ಬೆಳಕಿಗೆ ಬಂದ ವಿಷಯ ಹಾಗಾಗಿ ಭಾಷೆ ಮತ್ತು ಗಣಿತ ಕೌಶಲ್ಯಗಳಿಗೆ ಬೇಕಾದ ಭದ್ರ ಅಡಿಪಾಯವನ್ನು ಹಾಕುವ ಪಠ್ಯಕ್ರಮದ ರಚನೆ ಮತ್ತು ಶಿಕ್ಷರಿಗೆ ಉತ್ತಮ ತರಬೇತಿಯ ಮಾರ್ಗಸೂಚಿಯನ್ನು ನೀಡಲಾಗಿದೆ.

ಶಾಲಾ ಪೂರ್ವದಿಂದ ಉನ್ನತ ಶಿಕ್ಷಣದವರೆಗೂ ಕಲಿಕೆಯ ಪ್ರತಿಯೊಂದು ಹಂತದಲ್ಲಿ ಗುರಿತಿಸಲಾದ ಕೌಶಲ್ಯ ಮತ್ತು ಮೌಲ್ಯಗಳನ್ನು ಸಂಯೋಜನೆಗೊಳಿಸಲಾಗಿದೆ.

ಪ್ರಾಥಮಿಕ ಹಂತದಿಂದ ಪದವಿ ಪೂರ್ವದ ಹಂತದವರೆಗಿನ ರಚನೆಯನ್ನು ಬದಲಾಯಿಸಿದೆ.

ತ್ರಿಭಾಷಾ ಪದ್ಧತಿಯನ್ನು ಅನುಮೋದನೆ ಮಾಡಿದೆ,

ಸಾಮಾಜಿಕ ಮತ್ತು ಆರ್ಥಿಕ ಕಾರಣಗಳಿಂದ ಶಿಕ್ಷಣದ ಸೌಲಭ್ಯದಿಂದ ವಂಚಿತವಾಗದಂತೆ ಎಲ್ಲರಿಗೂ ಸಮಾನವಾದ ಶಿಕ್ಷಣ ವ್ಯವಸ್ಥೆಯನ್ನು ಜಾರಿಗೆ ತರುವ ಉದ್ದೇಶ ಶ್ಲಾಘನೀಯ.

ಸಂಪನ್ಮೂಲ ಮತ್ತು ಪ್ರಯೋಗ ಶಾಲೆಗಳ ಕೊರತೆ ನೀಗಿಸುವುದಕ್ಕಾಗಿ ಶಾಲೆಗಳನ್ನು ಕ್ಲಸ್ಟರ್/ಗುಂಪುಗಳನ್ನಾಗಿ ವಿಂಗಡಿಸಿ,ಸಹಕಾರದಿಂದ-ಶಿಕ್ಷಣ,ಶಿಕ್ಷಣದಿಂದ ಅಭಿವೃದ್ಧಿ ಎಂಬ ಕಾರ್ಯಸೂಚಿ ಉತ್ತಮವಾಗಿದೆ.

ಸ್ಥಳೀಯ/ಭಾರತೀಯ ಭಾಷೆಗಳಲ್ಲಿ/ದ್ವಿಭಾಷೆಯನ್ನು ಬೋಧನೆಯ ಮಾಧ್ಯಮವನ್ನಾಗಿಸಲು ಅವಕಾಶ ನೀಡಿದೆ.

ಮಕ್ಕಳ ಆರೋಗ್ಯ ಹಾಗೂ ಬುದ್ದಿಯನ್ನು ಉತ್ತಮವಾಗಿಸುವ ಉದ್ದೇಶದಿಂದ ಪೌಷ್ಠಿಕಾಂಶಭರಿತ ಆಹಾರ ಪೂರೈಕೆ ಆರೋಗ್ಯ ಕಾರ್ಡಗಳನ್ನು ಹಂಚುವುದು, ಅಂಗನವಾಡಿ ಮತ್ತು ಬಾಲಕೇಂದ್ರಗಳನ್ನು ಬಲಪಡಿಸುವುದು ಒಂದು ಉತ್ತಮ

ಕಾರ್ಯವಾಗಿದೆ.

ಮೂರು ವಿಧದ ಉನ್ನತ ಶಿಕ್ಷಣ ಸಂಸ್ಥೆಗಳು ಜಾರಿಯಲ್ಲಿ ಬರಲಿವೆ.1)ಜಾಗತಿಕ ಮಟ್ಟದಲ್ಲಿನ ಸಂಶೋಧನೆ ಮತ್ತು ವಿಷಯಗಳ ಉನ್ನತ ಮಟ್ಟದ ಬೋಧನೆ, 2)ಸಂಶೋಧನೆಗೆ ಅನುಕೂಲವಾಗುವ ಮತ್ತು 3)ಪದವಿ ನೀಡುವ ಸಂಸ್ಥೆಗಳು.

ಕಾರಣಾಂತರಗಳಿಂದ ಮಧ್ಯದಲ್ಲಿಯೇ ವಿಧ್ಯಾಭ್ಯಾಸವನ್ನು ಬಿಡುವ ವಿದ್ಯಾರ್ಥಿಗಳಿಗೆ ಅನುಕೂಲವಾಗುವ ಕ್ರೆಡಿಟ್ ಬ್ಯಾಂಕ್ ವ್ಯವಸ್ಥೆ,

ಅದೇ ರೀತಿ ಬೇರೆ ಬೇರೆ ವಿಷಯಗಳ ಆಯ್ಕೆಯ ಸ್ವತಂತ್ರವನ್ನು ವಿದ್ಯಾರ್ಥಿಗಳಿಗೆ ನೀಡಿದೆ.

ವಿವಿಧ ಹಂತಗಳಲ್ಲಿ ಮಾನ್ಯತೆ ಮತ್ತು ಸ್ವಾಯತ್ತತೆಯನ್ನು ಒದಗಿಸುವ, ನ್ಯಾಯಯುತವಾದ ಮತ್ತು ಪಾರದರ್ಶಕವಾದ ಅನುದಾನದ ವ್ಯವಸ್ಥೆಯನ್ನು ಜಾರಿಗೆ ತಂದಿದೆ.

ಎಲ್ಲ ಉನ್ನತ ಶಿಕ್ಷಣ ಸಂಸ್ಥೆಗಳನ್ನು ಸ್ವಾಯತ್ತ ಸಂಸ್ಥೆಗಳನ್ನಾಗಿ ಮಾಡುವದರ ಜೊತೆಗೆ ಸಮಾಜಮುಖಿ ಆಡಳಿತ ಮಂಡಳಿಗಳಿಗೆ ಶಿಕ್ಷಣ ಕ್ಷೇತ್ರದಲ್ಲಿ ತಮ್ಮದೆಯಾದ ನೂತನ ಪಠ್ಯಕ್ರಮದ ಮೂಲಕ ಸೇವೆ ಸಲ್ಲಿಸಲು ಅವಕಾಶ ನೀಡಲಾಗಿದೆ.

ದೇಶಿಯ ಸಮಸ್ಯೆಗಳಿಗೆ ದೇಶಿಯ ಸಂಶೋಧನೆಯ ಮೂಲಕ ಪರಿಹಾರ ಕಂಡುಕೊಳ್ಳುವ ನಿಟ್ಟಿನಲ್ಲಿ ಸಹಾಯವಾಗಲು ರಾಷ್ಟ್ರೀಯ ಸಂಶೋಧನಾ ಪ್ರತಿಷ್ಠಾನದ ಸ್ಥಾಪನೆ ದೇಶದ ಎಲ್ಲ ಸಂಶೋಧಕರಿಗೆ ಸ್ಫೂರ್ತಿನೀಡಿದೆ.

ರಾಷ್ಟ್ರೀಯ ತಂತ್ರಜ್ಞಾನ ಸಂಯೋಜನಾ ವೇದಿಕೆಯ ಮೂಲಕ ಹೊಸ ಹೊಸ ತಂತ್ರಜ್ಞಾನ ಮತ್ತು ಸಂಶೋಧನೆಗಳನ್ನು ಪ್ರೋತ್ಸಾಹಿಸುವುದು.

ಶೈಕ್ಷಣಿಕ ದತ್ತಾಂಶಗಳ ಭಂಡಾರದ ಸ್ಥಾಪನೆ ಮಾಡಿ ಎಲ್ಲ ವಿವರಗಳನ್ನು ಡಿಜಿಟಲ್ ರೂಪದಲ್ಲಿ ಒದಗಿಸುವುದು.

ವಿಶೇಷ ಚೇತನ ಮಕ್ಕಳಿಗೆ ಹಾಗು ಶಿಕ್ಷಣ ಸಂಸ್ಥೆಗಳು ಇಲ್ಲದ ಕಡೆಯೆಲ್ಲಾ ಆನ್ಲೈನ್ ಮತ್ತು ದೂರ ಶಿಕ್ಷಣದ ಮುಖಾಂತರ ಶಿಕ್ಷಣವನ್ನು ತಲುಪಿಸುವುದು.

ಅಕಾಡೆಮಿಕ್ ಕ್ರೆಡಿಟ್ ಬ್ಯಾಂಕ್ ಮೂಲಕ ಡಿಜಿಟಲ್ ರೊಪದಲ್ಲಿ ಸಂಗ್ರಹವಾದ ಕ್ರೆಡಿಟಗಳ ಆಧಾರದ ಮೇಲೆ ಪದವಿಯನ್ನು ನೀಡುವುದು.

ಆರೋಗ್ಯ,ಕಾನೂನು ಮತ್ತು ಕೃಷಿ ಶಿಕ್ಷಣವನ್ನು ಪುನರುಜ್ಜೀವನಗೊಳಿಸುವುದು.

ಸ್ಥಳಿಯವಾದ ಕಲೆಗಾರರು, ಬರಹಗಾರರು, ಮತ್ತು ಕುಶಲಕರ್ಮಿಗಳನ್ನು ಶಿಕ್ಷಣ ಕ್ಷೇತ್ರಕ್ಕೆ ಪರಿಚಯಿಸುವುದು,ಸಂವಿಧಾನದಲ್ಲಿ ಉಲ್ಲೇಖವಾಗಿರುವ ಭಾಷೆಗಳಿಗೆ ಅಕಾಡೆಮಿಯನ್ನು ಪ್ರಾರಂಭಿಸುವುದು.

ಈ ಎಲ್ಲ ಅವಕಾಶಗಳನ್ನು ಬಳಸಿಕೊಂಡು ದೇಶವನ್ನು ವಿಶ್ವಗುರು ಮಾಡುವ ಪ್ರಯತ್ನ ನಡೆದಿದೆ.

ಇವೆಲ್ಲದರ ಜೊತೆಗೆ ಮೆರಿಟ್ ಆಧಾರಿತ ಬಡ್ತಿ,ಕಾಲಾವಧಿ ಮತ್ತು ಸಂಬಳವನ್ನು ನಿಗದಿಪಡಿಸುವ, ಶಿಕ್ಷಕರಿಗೆ ಶೈಕ್ಷಣಿಕ ಕೆಲಸಗಳ ಹೊರತಾದ ಕೆಲಸಗಳಿಂದ ಮುಕ್ತಿಗೊಳಿಸುವುದು ಹಾಗು ಕಾಲ ಕಾಲಕ್ಕೆ ತಕ್ಕಂತೆ ಉನ್ನತ ಮಟ್ಟದ ತರಬೇತಿಗಳನ್ನು ನೀಡುವುದರ ಮೂಲಕ ಶಿಕ್ಷಕ ಸಮುದಾಯಕ್ಕೆ ಗೌರವ ಸ್ಥಾನ-ಮಾನ ನೀಡುವುದರೊಂದಿಗೆ ನೀತಿಯನ್ನು ಸಮಂಜಸವಾಗಿ ಕಾರ್ಯರೂಪಕ್ಕೆ ತರುವಲ್ಲಿ ಅವರನ್ನು ಜೋಡಿಸಿಕೊಳ್ಳುವ ಉದ್ದೇಶ ಶಿಕ್ಷಣ ನೀತಿಯದ್ದಾಗಿದೆ.

1986 ರ ಶಿಕ್ಷಣದ ರಾಷ್ಟ್ರೀಯ ನೀತಿ ಮತ್ತು **2020** ರ ರಾಷ್ಟ್ರೀಯ ಶಿಕ್ಷಣ ನೀತಿಯ ಹೋಲಿಕೆ:

1986ರ ಶಿಕ್ಷಣದ ರಾಷ್ಟ್ರೀಯ ನೀತಿಯ ಮುಖ್ಯಾಂಶಗಳನ್ನು ಗಮನಿಸಿದಾಗ, ಮಾನವ ಸಂಪನ್ಮೂಲ ಅಭಿವೃದ್ಧಿ ಸಚಿವಾಲಯವು ಇದನ್ನು ಜಾರಿ ಮಾಡಿತ್ತು.2018 ರ ಒಟ್ಟು ದಾಖಲಾತಿಯ ಅನುಪಾತವು 26.3%. ಶಿಕ್ಷಣದ ರಚನೆಯು 10+2 ಮತ್ತು ಶಿಕ್ಯಣದ ಆರಂಭಿಕ ವಯಸ್ಸಿನ ಮಿತಿಯು 6 ವರ್ಷದಿಂದ 16 ವರ್ಷ ಮತ್ತು 16 ವರ್ಷದಿಂದ 18 ವರ್ಷವಾಗಿತ್ತು. ಪರೀಕ್ಷೆಯ ಕಾಲಾವಧಿ ಒಂದು ವರ್ಷ.ವಿವರಣಾತ್ಮಕ ಪರೀಕ್ಷಾ ಪದ್ಧತಿಗೆ ಅವಕಾಶ ನೀಡಲಾಗಿತ್ತು,ಹಿಂದಿ,ಇಂಗ್ಲೀಷ್ ಮತ್ತು ಒಂದು ಪ್ರಾದೇಶಿಕ ಭಾಷೆಯ ಆಯ್ಕೆ ನೀಡಲಾಗಿತ್ತು, ಶಿಕ್ಷಣದ ಆರಂಭವಾಗುವುದು 1ನೇ ತರಗತಿಯಿಂದ. ದೇಶದ ಒಟ್ಟು ಜಿಡಿಪಿಯ 4.6 ಪ್ರತಿಶತವನ್ನು ಶಿಕ್ಷಣದ ಕ್ಷೇತ್ರಕ್ಕೆ ಮೀಸಲಿಡಲಾಗಿತ್ತು.ಪ್ರಾದೇಶಿಕ ಭಾಷೆಗಳಿಗೆ ಪ್ರಾಮುಖ್ಯತೆ ಇರಲಿಲ್ಲ.

2020 ರ ರಾಷ್ಟ್ರೀಯ ಶಿಕ್ಷಣ ನೀತಿಯು, ಶಿಕ್ಷಣ ಸಚಿವಾಲಯದಿಂದ ಜಾರಿಯಾಯಿತು.ನೀತಿಯ ಮುಖ್ಯಾಂಶಗಳನ್ನು ನೋಡಿದಾಗ, 2030 ರ ವೇಳೆಗೆ ಒಟ್ಟು ದಾಖಲಾತಿಯ ಅನುಪಾತದ ಗುರಿ 50 ಪ್ರತಿಶತವಾಗಿದ್ದು,ಶಿಕ್ಷಣದ ರಚನೆಯು 5+3+3+4 ಆಗಿದ್ದು, ವಯಸ್ಸಿನ ವಿಂಗಡನೆಯು 3-8,8-11,11-14 ಮತ್ತು 14-18 ವರ್ಷವಾಗಿದೆ. ಕ್ರಮವಾಗಿ 3,5,8,10,12 ನೇ ತರಗತಿಗಳು.ಬಹು ಆಯ್ಕೆ ಮತ್ತು ವಿವರಣಾತ್ಮಕ ಪರೀಕ್ಷೆಗಳನ್ನು ವರ್ಷಕ್ಕೆ ಎರಡು

ಬಾರಿ ನಡೆಸುವ ಅವಕಾಶ ನೀಡಿದೆ.6 ರಿಂದ 8ನೇ ತರಗತಿಯಲ್ಲಿ ವೃತ್ತಿಪರ ವಿಷಯಗಳ ಪ್ರಾರಂಭ.6ನೇ ತರಗತಿಯಿಂದ ಪ್ರೋಗ್ರಾಮಿಂಗ್ ಅಭ್ಯಾಸವನ್ನು ಕಡ್ಡಾಯ ಮಾಡಲಾಗಿದೆ.ಶಿಕ್ಷಣದ ಆರಂಭವನ್ನು ಪ್ರೀ ಸ್ಕೂಲ್ ಎಂದು 3ನೇ ವಯಸ್ಸಿನಿಂದಲೇ ಆರಂಭಿಸಲಾಗಿದೆ. ಅರಂಭಿಕ ಶಿಕ್ಷಣ ಮತ್ತು ಆರೈಕೆಗೆ ಒತ್ತು ಕೊಡಲಾಗಿದೆ.ರಾಜ್ಯ,ಪ್ರಾದೇಶಿಕ ಮತ್ತು ವಿದ್ಯಾರ್ಥಿಗಳ ಆಯ್ಕೆಯ ಮೇರೆಗೆ ಭಾಷೆಯನ್ನು ಆಯ್ದುಕೊಳ್ಳಬಹುದಾಗಿದೆ.ಕ್ರೆಡಿಟ್ ವ್ಯವಸ್ಥೆಯನ್ನು ಉನ್ನತ ಶಿಕ್ಷಣದಲ್ಲಿ ಜಾರಿಗೆ ತರಲಾಗಿದೆ, ಪ್ರಾದೇಶಿಕ ಭಾಷೆಯಲ್ಲಿ ಅಧ್ಯಯನಕ್ಕೆ ಆಧ್ಯತೆ ಕೊಡಲಾಗಿದೆ.ಒಟ್ಟು ಜಿಡಿಪಿಯ 6%ನ್ನು ಶಿಕ್ಷಣದ ಕ್ಷೆತ್ರಕ್ಕೆ ಮೀಸಲಿಡಲಾಗಿದೆ.

ಶಿಕ್ಷಣ ನೀತಿಗೆ ಎದುರಾಗಬಲ್ಲ ಸವಾಲುಗಳು:

ಶಿಕ್ಷಣ ವ್ಯವಸ್ಥೆಯ ಭಾಗವಾಗಿರುವ ಶಿಕ್ಷಕರು,ಅಧಿಕಾರಿಗಳು,ಸಚಿವರು ಹಾಗು ಶಿಕ್ಷಣ ವ್ಯವಸ್ಥೆಯ ಬಗ್ಗೆ ಕಳಕಳಿ ಇರುವ ಸಮಾಜದ ಪ್ರತಿಯೊಬ್ಬರು, ರಾಷ್ಟ್ರೀಯ ಶಿಕ್ಷಣ ನೀತಿಯ ಗುರಿ ಮತ್ತು ಯೋಜನೆಗಳನ್ನು ಅರಿತುಕೊಂಡು, ಸರ್ಕಾರ ಜಾರಿಗೊಳಿಸಿರುವ ನೀತಿಯನ್ನು ಮಾನಸಿಕವಾಗಿ ಮತ್ತು ಬೌದ್ಧಿಕವಾಗಿ ಒಪ್ಪಿಕೊಳ್ಳುವುದು

ಈ ಹಿಂದಿನ ನೀತಿಗಳಲ್ಲಿ ಪರಿಪೂರ್ಣವಾಗದ ಅಂಶವನ್ನು ನೋಡಿದಾಗ ತಿಳಿದುಬರುವ ಸಂಗತಿ ಎಂದರೆ,ರಾಜಕೀಯ ಹಸ್ತಕ್ಷೇಪವನ್ನು ಶಿಕ್ಷಣದ ಕ್ಷೇತ್ರದಲ್ಲಿ ಕಡಿಮೆ ಮಾಡಬೇಕಾಗಿರುವುದು ಪ್ರಪ್ರಥಮ ಸವಾಲು, ಎಕೆಂದರೆ ಯಾವುದೇ ಒಳ್ಳೆಯ ಯೋಜನೆಯಾದರೂ ಜಾರಿಗೆ ತರುವುದು ಸುಲಭ ಆದರೆ ಸರಿಯಾದ ದಿಕ್ಕಿನಲ್ಲಿ ನಡೆಸುವುದು ಮತ್ತು ಅದರ ಗುರಿಯನ್ನು ತಲುಪುವುದು ಕಷ್ಟಸಾಧ್ಯ,

ನೀತಿಯ ಅನುಷ್ಠಾನವು, ವ್ಯವಸ್ಥೆಯ ಭಾಗವಾಗಿರುವ ಪ್ರತಿಯೊಬ್ಬರ ಜವಾಬ್ದಾರಿ ಎಂದು ತಿಳಿದು ಕಾರ್ಯ ನಿರ್ವಹಿಸದಿದ್ದಾಗ ಅವಕಾಶಗಳೆಲ್ಲವು ಸವಾಲುಗಳಾಗಿ ಪರಿಣಮಿಸುವ ಸಾಧ್ಯತೆಗಳು ಹೆಚ್ಚಾಗುತ್ತವೆ ಕಾರಣ, ಹೊಸದಾಗಿ ಜಾರಿಗೆ ತಂದ ಬಾಲ್ಯದ ಆರೈಕೆ ಮತ್ತು ಶಿಕ್ಷಣದಲ್ಲಿ ಅನುಭವಿ ಶಿಕ್ಷಕರ ಕೂರತೆ ಇರುವುದು ಮತ್ತು ಈಗ ಇರುವ ಶಿಕ್ಷಕರಿಗೆ ಅವಶ್ಯವಾದ ಮತ್ತು ಗುಣಮಟ್ಟದ ತರಬೇತಿ ನೀಡಿ ಅವರನ್ನು ಹೊಸ ಪದ್ಧತಿಗೆ ತಯಾರುಮಾಡುವ ಹೊರೆ ಸರಕಾರದ್ದು.

ನೀತಿಯ ರಚನೆಯು ಅಚ್ಚುಕಟ್ಟಾಗಿ ಮೂಡಿಬಂದಿದೆ,ಹೊಸ ಶಿಕ್ಷಣ ನೀತಿಯು ಭಾರತದ ಭವಿಷ್ಯವನ್ನು ಭಾರತಿಯ ಪರಂಪರೆಯ ಆಧಾರದ ಮೇಲೆ ನಿರ್ಮಾಣ ಮಾಡುವ ಉದ್ದೇಶ ಹೊಂದಿದೆ. ಆದರೆ ಇಲ್ಲಿಯವರೆಗೂ ಜಾರಿಯಲ್ಲಿದ್ದ ಪಠ್ಯ ಪುಸ್ತಕಗಳ ವಿಷಯಗಳನ್ನು ಸೂಕ್ಷ್ಮವಾಗಿ ಗಮನಿಸಿದಾಗ ಭಾರತದ ಶಿಕ್ಷಣದಲ್ಲಿನ

ವಿಷಯಗಳು ಬ್ರಿಟಿಷರ ಆಡಳಿತ,ಮೋಘಲರ ಆಡಳಿತ ಹಾಗು ಕೆಲವೊಂದು ಸ್ವಾತಂತ್ರ್ಯ ಹೋರಾಟದ ಘಟನೆಗಳಿಗೆ ಮಾತ್ರ ಸೀಮಿತವಾಗಿದ್ದು,ವಿಜ್ಞಾನ, ಗಣಿತ ಮತ್ತು ಎಲ್ಲ ಕ್ಷೇತ್ರಗಳಲ್ಲೂ ಪಾಶ್ಚಾತ್ಯರ ಉಲ್ಲೇಖವನ್ನು ಕಾಣುತ್ತೇವೆ.

ಇಂತಹ ಸನ್ನಿವೇಶದಲ್ಲಿ ಭಾರತಿಯ ಜ್ಞಾನವನ್ನು, ನೈಜ ಇತಿಹಾಸವನ್ನು, ಪರಂಪರೆಯನ್ನು ಮತ್ತು ವಿವಿಧ ಕ್ಷೇತ್ರಗಳಲ್ಲಿ ಭಾರತೀಯರ ಸಾಧನೆಗಳನ್ನು ತಿಳಿಸುವಂತಹ ಪಠ್ಯದ ವಿಷಯಗಳ ರಚನೆ ಮತ್ತು ಎಲ್ಲ ಪ್ರಾದೇಶಿಕ ಭಾಷೆಗಳಿಗೆ ಅವುಗಳ ಭಾಷಾಂತರ ಮಾಡುವ ಕಾರ್ಯವು ನಮ್ಮ ಮುಂದಿನ ಸವಾಲು.

ಶಿಕ್ಷಣದಲ್ಲಿ ಸಮಾನತೆ ಅಂದರೆ ಸಮಾಜದ ಎಲ್ಲ ವರ್ಗದವರಿಗೆ ಶಿಕ್ಷಣವನ್ನು ತಲುಪಿಸುವಂತಹ ವಿಷಯ, ಅವಲೋಕಿಸಿ ನೋಡಿದಾಗ ಮೂಡುವ ಪ್ರಶ್ನೆ ಏನೆಂದರೆ ಜಾರಿಯಲ್ಲಿರುವ ಶಿಷ್ಯವೇತನದ ಪದ್ಧತಿಯನ್ನು ಸಂಪೂರ್ಣವಾಗಿ ಬದಲಾಯಿಸಲಾಗುತ್ತದೆಯೋ ಅಥವಾ ಮುಂದುವರೆಸಲಾಗುತ್ತದೆಯೋ?

ಶಿಕ್ಷಕರ ಬಡ್ತಿ,ಸಂಬಳದ ಏರಿಕೆಯ ವಿಚಾರವನ್ನು ಮರಿಟ್ ಆಧಾರವಾಗಿ ಮಾಡಲು ಹೊರಟಿದೆ ಹಾಗಿದ್ದರೆ ಪ್ರಸ್ತುತ ಜಾರಿಯಲ್ಲಿರುವ ವ್ಯವಸ್ಥೆಯ ಬದಲಾವಣೆಗೆ ಶಿಕ್ಷಕ ಸಮೂಹದ ವಿಶ್ವಾಸ ಮತ್ತು ಸ್ಪಂದನೆಯು ಕೂಡಾ ಯೋಚನೆ ಮಾಡಬೇಕಾದ ಸಂಗತಿ.

ಸ್ವಾಯತ್ತತೆ ನೀಡುವ ವಿಚಾರವನ್ನು ನೋಡಿದಾಗ ಆಡಳಿತ ಮಂಡಳಿಗಳ ಮನೋಭಾವ, ಕಾರ್ಯವೈಖರಿ ಎಲ್ಲರಿಗೂ ತಿಳಿದ ವಿಷಯ ನಮಗೆಲ್ಲಾ ತಿಳಿದಂತೆ ಹೆಚ್ಚಿನ ಸಂಸ್ಥೆಗಳ ಆಡಳಿತ ಮಂಡಳಿಗಳು ಬಂಡವಾಳ, ಲಾಭಾಂಶ ಮತ್ತು ಸ್ಥಿರಾಸ್ತಿಗಳನ್ನು ಹೆಚ್ಚಿಸುವ ಮನೋಭಾವನೆಯಲ್ಲಿ ಕಾರ್ಯ ನಿರ್ವಹಿಸುತ್ತಿರುವುದನ್ನು ನಿಯಂತ್ರಿಸಿ ಗುಣಮಟ್ಟದ ಕಡೆ ಗಮನ ಹರಿಸುವಂತೆ ಮಾಡುವುದು ಕಷ್ಟಸಾಧ್ಯವಾದ ಒಂದು ಸವಾಲು.

ರಾಷ್ಟ್ರೀಯ ಶಿಕ್ಷಣ ನೀತಿಯು ಉನ್ನತ ಶಿಕ್ಷಣವನ್ನು ಜಾಗತಿಕ ಮಟ್ಟದ ಎಲ್ಲ ಅವಕಾಶಗಳನ್ನು ಕಲ್ಪಿಸಿರುವುದು ಸ್ವಾಗತಾರ್ಹ. ಆದರೆ ವಿದ್ಯಾರ್ಥಿ ಸಮೂಹವನ್ನಾಗಲಿ, ಶಿಕ್ಷಕರನ್ನಾಗಲಿ ಸನ್ನದ್ಧ ಮಾಡುವ ಪ್ರಯತ್ನವನ್ನು ಇನ್ನು ಹೆಚ್ಚುಗೊಳಿಸಬೇಕು.

ದೂರ ಶಿಕ್ಷಣ ಮತ್ತು ಅಂತರ್ಜಾಲ ಆಧಾರಿತ ಶಿಕ್ಷಣಕ್ಕೆ ನಮ್ಮ ಗ್ರಾಮೀಣ, ಬುಡಕಟ್ಟು ಮತ್ತು ವನವಾಸಿ ವಿದ್ಯಾರ್ಥಿಗಳನ್ನು ತಯಾರು ಮಾಡುವ, ಜಾಗೃತಗೊಳಿಸುವ ಸವಾಲು ನಮ್ಮ ಎದುರಿಗಿದೆ.ಸವಾಲುಗಳನ್ನು ಅವಕಾಶಗಳಾಗಿ ನೋಡಿದಾಗ ಇವೆಲ್ಲಾ ಹೊಸ ಪ್ರಯೋಗಗಳಾಗಿರುವುದರಿಂದ, ಫಲಿತಾಂಶದವರೆಗೂ ಕಾದು ನಂತರ ವಿಮರ್ಶೆ ಮಾಡುವುದು ಒಳ್ಳೆಯದು .

5

ಕೊನೆಯ ನುಡಿ

ವಿಜ್ಞಾನ, ತಂತ್ರಜ್ಞಾನ ಮತ್ತು ವೃತ್ತಿಪರ ವಿಷಯಗಳ ಬಳಕೆಯು ಒಬ್ಬ ವ್ಯಕ್ತಿಯ ಜೀವನದ ಪೂರ್ವಾರ್ಧದಲ್ಲಿ ಉಪಯೋಗವಾಗುವುದು ಕಡಿಮೆ ಜೀವನದ ಕೊನೆಯ ಹಂತಕ್ಕೆ ಬೇಕಾಗಿರುವ ಮೌಲ್ಯಗಳು ಬೇರೆಯಾಗಿವೆ ಅವುಗಳೆಂದರೆ ಸಂಸ್ಕೃತಿ, ಶಾಸ್ತ್ರ ಮತ್ತು ಧರ್ಮ ಇವು ಯಾವಾಗ ಬೇಕು ಆವಾಗ ಅರ್ಥವಾಗುವ ವಿಷಯಗಳಲ್ಲ, ಇವುಗಳನ್ನು ಜೀವನದ ಆರಂಭಿಕ ಹಂತದಲ್ಲಿಯೇ ಅರ್ಥ ಮಾಡಿಕೊಂಡು ಪರಿಪಾಲನೆ ಮಾಡುವ ಕೆಲಸವಾಗಬೇಕು.

ಪ್ರಾಚೀನ ಸಂಸ್ಕೃತಿ,ನೈಜತೆ ಮತ್ತು ನಿಸ್ವಾರ್ಥದ ಅಡಿಪಾಯದ ಮೇಲೆ ಧ್ಯಾನ,ಕರುಣೆ ಮತ್ತು ವಿಮೋಚನೆಯನ್ನು ತಿಳಿಸುವ ಧರ್ಮದ ಆಧಾರದ ಮೇಲೆ ವ್ಯಕ್ತಿತ್ವ ಮತ್ತು ಯೋಚನೆ ರೂಪಗೊಂಡಾಗ ಮಾತ್ರ ಜೀವನದ ಕೊನೆಯ ಹಂತದವರೆಗೂ ಶಿಕ್ಷಣದ ಉಪಯೋಗವಾಗುತ್ತದೆ.

ವ್ಯಕ್ತಿಯ ಕೊನೆಯ ಹಂತದವರೆಗೂ ಸ್ಪೂರ್ತಿಯಾಗಿ ನಿಲ್ಲುವುದು ಶಿಕ್ಷಣ ಆದ್ದರಿಂದ ಶಿಕ್ಷಣದ ಮೊಲಕ ದೇಶದ ಸಂಸ್ಕೃತಿಯನ್ನು ಅರ್ಥೈಸಿಕೊಂಡು, ಸಮಾಜದಲ್ಲಿ ಅನುಸರಿಸಿ ಬದುಕುವ ವ್ಯಕ್ತಿಗೆ ಮಾತ್ರ ಇಲ್ಲಿನ ಸಂಸ್ಕೃತಿಯನ್ನು ಒಪ್ಪಿಕೊಳ್ಳುವ ಅಥವಾ ದ್ವೇಷಿಸುವ ಅಧಿಕಾರವಿರುತ್ತದೆಯೇ ಹೊರತು ನಿರ್ಲಕ್ಷಿಸುವ ವ್ಯಕ್ತಿಗೆ ಅಲ್ಲ.

ಭವಿಷ್ಯಕ್ಕೆ ಉಪಯೋಗವಾಗುವಂತೆ ಭಾರತಿಯತೆಯ ಆಧಾರದ ಮೇಲೆ ನಿಂತಿರುವ ಶಿಕ್ಷಣದ ಮಹತ್ವವನ್ನು ಅರಿತು, ನವ-ಭಾರತವನ್ನು ಕಟ್ಟುವ ಕೆಲಸವನ್ನು ಪ್ರಾರಂಭಿಸೋಣ.

6
ಗ್ರಂಥಸೂಚಿ

ಗ್ರಂಥಸೂಚಿ

1) ಚೆಲುವ ತರು/ಮೂಲ ಧರ್ಮ ಪಾಲ/ಕನ್ನಡಕ್ಕೆ ಅನುವಾದ ಡಾ.ಮಾಧವ್ ಪರಾಜೆ.

2) ಶಿಕ್ಷಕರಿಗಾಗಿ/ಸ್ವಾಮಿ ವಿವೇಕಾನಂದ/ಶ್ರೀ ರಾಮಕೃಷ್ಣ ಆಶ್ರಮ.

3) On Hinduism Reviews and Reflections/ Ramaswarup/Chapter 6.(ಹಿಂದೂ ಧರ್ಮದ ವಿಮರ್ಶೆಗಳು ಮತ್ತು ಪ್ರತಿಬಿಂಬಗಳು/ರಾಮಸ್ವರೂಪ/ಅಧ್ಯಾಯ 6.)

4) The Educational System of Ancient India/Santosh Kumar Das/Calcutta-1930.(ದಿ ಎಜುಕೇಷನಲ್ ಸಿಸ್ಟಮ್ ಆಫ್ ಏನ್ಶಿಯಂಟ್ ಇಂಡಿಯಾ/ಸಂತೋಷ್ ಕುಮಾರ್ ದಾಸ್/ಕಲ್ಕತ್ತಾ-1930.)

5)Education System in India(A Reprisal)/Shivananda Murthy.(ಭಾರತದಲ್ಲಿ ಶಿಕ್ಷಣ ವ್ಯವಸ್ಥೆ (ಒಂದು ಪ್ರತೀಕಾರ)/ಶಿವಾನಂದ ಮೂರ್ತಿ.)

6)The Educational Heritage of Ancient India/Sahana Singh.(ಪ್ರಾಚೀನ ಭಾರತದ ಶೈಕ್ಷಣಿಕ ಪರಂಪರೆ/ಸಹನಾ ಸಿಂಗ್.)

7)ರಾಷ್ಟ್ರೀಯ ಶಿಕ್ಷಣ ಪ್ಲೋಲಿಸಿ 2020 ಕರಡು ಪ್ರತಿ.

ಕೃತಜ್ಞತೆಗಳು

ಈ ಪುಸ್ಕಕಕ್ಕೆ ಮುನ್ನುಡಿ ಬರೆದು ಹರಸಿದೆ ನೆಚ್ಚಿನ ಗುರುಗಳಾದ ಡಾ.ಸಧ್ಯೋಜಾತ.ಕೆ.ಎಂ,ಪ್ರಾಧ್ಯಾಪಕರು-ವಿಭಾಗ ಮುಖ್ಯಸ್ಥರು,ಎಲೆಕ್ಟ್ರಾನಿಕ್ಸ್ ಮತ್ತು ಕಮ್ಯೂನಿಕೇಷನ್ ಇಂಜಿನಿಯರಿಂಗ್ ವಿಭಾಗ,ಬಳ್ಳಾರಿ ಇನ್ಸ್ಟಿಟ್ಯೂಟ್ ಆಫ್ ಟೆಕ್ನಾಲಜಿ ಆಂಡ್ ಮ್ಯಾನೇಜ್ಮೆಂಟ್-ಬಳ್ಳಾರಿ ಇವರಿಗೆ ಧನ್ಯವಾದಗಳು.

ಈ ಪುಸ್ತಕವನ್ನು ಪ್ರಕಟಿಸಲು ಸ್ಫೂರ್ತಿ ನೀಡಿದ ಎಲ್ಲ ಹಿರಿಯರಿಗೂ ಮತ್ತು ಸಹಕರಿಸಿದ ಸ್ನೇಹಿತರಿಗೂ ಹೃದಯ ಪೂರ್ವಕ ಪ್ರಣಾಮಗಳು.

www.ingramcontent.com/pod-product-compliance
Lightning Source LLC
LaVergne TN
LVHW010445070526
838199LV00066B/6199
* 9 7 9 8 8 8 8 6 9 1 4 8 9 *